HƯỚNG DẪN TOÀN TẬP VỀ ĐẦU TƯ NFT

Học Cách Kiếm Lời từ NFT, Metaverse và Kết nối Trò chơi Crypto

Wayne Walker

Cuốn sách này được viết với mục tiêu cung cấp thông tin chính xác và đáng tin cậy nhất có thể. Bạn nên tìm lời tư vấn từ chuyên gia khi cần thiết trước khi thực hiện bất kỳ hành động nào mà cuốn sách này giới thiệu.

Tuyên bố này được cả Hiệp hội Luật sư Hoa Kỳ và Ủy ban Hiệp hội các Nhà xuất bản coi là công bằng và hợp lệ và có tính ràng buộc pháp lý trên toàn Hoa Kỳ.

Ngoài ra, việc truyền tải, sao chép hoặc sản xuất lại bất kỳ tác phẩm nào sau đây (bao gồm mọi thông tin nêu trong đây) sẽ bị coi là hành vi bất hợp pháp, bất kể việc đó được thực hiện qua phương tiện điện tử hay bản in. Tính hợp pháp áp dụng cho cả bản sao cấp hai hoặc cấp ba của tác phẩm hoặc bản sao được ghi lại và chỉ được phép khi có sự đồng ý rõ ràng bằng văn bản của Nhà xuất bản. Tất cả các quyền bổ sung đều được bảo lưu.

Thông tin trong các trang sau đây thường được coi là lời chứng trung thực và chính xác về các sự kiện, và do đó, bất kỳ người đọc nào thiếu chú ý, sử dụng sai hoặc lạm dụng thông tin được đề cập sẽ xác định mọi hành động từ đó là chỉ phát sinh từ cá nhân họ. Không có trường hợp nào mà nhà xuất bản hoặc tác giả gốc của tác phẩm này có thể bị coi là chịu trách nhiệm pháp lý đối với bất kỳ khó khăn hoặc thiệt hại nào có thể xảy ra với người đọc sau khi thực hiện theo thông tin được mô tả ở đây.

Mục lục

GIỚI THIỆU

Chào mừng bạn đến với thế giới NFT (token không thể thay thế)! Thật khó thể nào chưa từng nghe về NFT, gần như không thể luôn. Chúng là cái tên mới đến với thế giới crypto và blockchain được nhắc đến nhiều nhất. Và như mọi thứ mới khác thì cũng có nhiều thông tin sai lệch trôi nổi trên mạng về nó, có thể khiến bạn khó xác định đâu là tin thật và đâu chỉ là tin đồn. Một điều chúng ta biết chắc chắn là hàng tỷ đô la đã đổ vào thị trường NFT. Chúng ta sẽ khám phá chi tiết hơn về sự bùng nổ đầu tư NFT và ý nghĩa của điều này. Bài phân tích này cũng sẽ có cả việc chúng ta bàn đến, tìm hiểu và kết nối các thế giới trò chơi liên quan gồm NFT; metaverse và crypto. Ngoài ra, tôi cũng đã đưa vào kinh nghiệm cá nhân của mình về việc tạo NFT ở gần cuối cuốn sách.

Các luồng ý kiến hiện tại về NFT cũng đa dạng như những tin tức mà bạn nghe thấy trong những ngày đầu tiên crypto xuất hiện. Một số người tin rằng NFT rất ngu ngốc, lãng phí tiền bạc và có ảnh hưởng kinh khủng đối với môi trường. Không có gì ngạc nhiên, có những người khác nói rằng NFT là tương lai của internet và chúng nên được đưa vào danh mục đầu tư của bạn. Những người hâm mộ này coi NFT là một cách để sở hữu một phần của Web3*, mà theo họ đó chính là tương lai của thế giới trực tuyến. Tôi có thể hứa với bạn rằng chúng ta sẽ khám phá thế giới mới này mà không bị ảnh hưởng bởi những cảm xúc hype và cuối cùng thì bạn sẽ hiểu rõ NFT có thể mang lại lợi ích như thế nào cho bạn và những cạm bẫy cần tránh khi nói đến nó.

*Web3 là thế hệ tiếp theo (còn gọi là thế hệ thứ ba) của internet, dựa trên công nghệ blockchain và nền kinh tế sinh ra từ token. Web3 vẫn còn rất mới và định nghĩa cuối cùng về Web3 có thể thay đổi sau khi cuốn sách này được xuất bản.

Trước khi ta đi sâu vào

Trước khi ta đi sâu vào NFT, cần phải giả định rằng bạn có hiểu vài thứ cơ bản về blockchain và khái niệm hợp đồng thông minh. Mặc dù NFT còn mới, nhưng công nghệ đang được sử dụng để tạo ra chúng thì không. Do đó, điều quan trọng là bạn phải hiểu những khái niệm cơ bản này. Nếu bạn đã đọc bất kỳ cuốn sách nào khác của tôi về công nghệ blockchain, thì bạn sẽ ổn thôi. Nếu bạn chưa đọc những cuốn sách khác của tôi, hoặc nếu bạn đã đọc và bạn cần đọc lại, vui lòng đọc phần "Blockchain & bảng tóm tắt nhanh về hợp đồng thông minh" trước khi bắt đầu (chỉ có một vài trang thôi). Tôi không muốn đặt bảng đó ở đầu cuốn sách vì làm thế sẽ tốn thời gian những người đã nắm rõ những khái niệm này.

GIẢI THÍCH ĐƠN GIẢN NHẤT

Giải thích đơn giản nhất thì NFT là bằng chứng về quyền sở hữu token đó. Token có thể là tác phẩm nghệ thuật, trò chơi, phim, sách, dịch vụ, âm nhạc, v.v. Chúng có thể lập trình được, và sau khi token được đúc thì bạn có thể theo dõi ai đã sở hữu token đó. Thông tin quyền sở hữu này có sẵn từ địa chỉ của ví.

Cần phải hiểu rõ ràng ngay từ đầu rằng khi bạn mua NFT thì thông thường, bạn KHÔNG nhận được vật thể vật lý hoặc bản quyền đối với vật đó. Một điều khác cần lưu ý là chủ sở hữu của vật đó có thể bán lại NFT bất cứ lúc nào và bán nhiều lần. Tuy nhiên, người tạo ra NFT có thể đặt giới hạn trên các nền tảng được sử dụng. Chúng ta sẽ xem xét lại những điểm này sau vì chúng có thể được sử dụng để mang lại lợi thế cho bạn với tư cách là người sáng tạo.

NFT đã mang đến một cách mới cho các nghệ sĩ như nhạc sĩ, họa sĩ và nhiều người khác kiếm lợi nhuận từ các tác phẩm sáng tạo của họ. Họ có thể mở rộng quy mô các tác phẩm nghệ thuật của mình ngoài các bản sao vật lý bằng cách sử dụng kỹ thuật số. Mặc dù phần lớn các bộ sưu tập NFT thuộc về các nghệ sĩ, nhưng không có nghĩa là một võ sĩ quyền anh nổi tiếng không thể tạo ra một NFT từ cặp găng tay đấm bốc người đó dùng trong một trận đấu tranh chức vô địch. Hiện tại thậm chí có thể mua các tweet NFT, hy vọng là bạn đã bắt đầu thấy được sự cởi mở hoặc điên rồ của thế giới NFT mới này.

NFT bước chân vào cuộc chơi

NFT đã công khai bước chân vào cuộc chơi từ năm 2014 đến năm 2015. Dự án Etheria đã được giới thiệu với thế giới tại London tại một hội nghị Ethereum. Đó là một bộ sưu tập các ô hình lục giác có thể giao dịch được. Sau khi ra mắt, không có gì nổi bật lắm cho đến tháng 3 năm 2021 khi hoạt động NFT bắt đầu bùng nổ và đột nhiên tất cả nội dung liên quan đến dự án đã được bán trong vòng 24 giờ với giá hơn một triệu đô la một chút.

NFT khác với crypto như thế nào?

Trong vũ trụ crypto, mọi thứ được chuẩn hóa ở một mức độ nhất định. Một ví dụ đơn giản là một Litecoin tương đương với một Litecoin khác. Một NFT có thể đại diện cho các nội dung như truyện tranh hoặc thậm chí là một video clip. Vì NFT có thể được tạo trên nhiều loại tài sản cơ bản như vậy nên chúng không thể thay thế được, nói cách khác là chúng không dễ thay thế cho nhau.

TRẢ TIỀN TRIỆU THÌ ĐƯỢC GÌ?

Vào năm 2017, khi ai đó chào mua một NFT thuộc bộ sưu tập CryptoPunk với giá 9 triệu đô la thì nhiều người có thể coi đó là dấu hiệu cho thấy thế giới sắp kết thúc rồi. Trả hàng triệu cho một tấm ảnh pixel của một anh chàng bình thường đang hút thuốc à? Thì đúng là có người chào mua với giá nhiêu đó và thật khó tin là chủ sở hữu đã từ chối. Dự án CryptoPunk bao gồm các nhân vật hoạt hình có thể giao dịch được, được phát hành bởi Larva Labs trên blockchain Ethereum. Nếu mức giá đó làm bạn sốc, thì bạn sẽ còn kinh hãi hơn nữa khi biết rằng mức giá kỷ lục của NFT tại thời điểm viết sách này là 69 triệu đô la cho tác phẩm nghệ thuật của nghệ sĩ Beeple. Thế giới token không thể thay thế đã phát triển và tạo ra một ngành công nghiệp mới.

Nhiều nhà phân tích thị trường truyền thống, đặc biệt là từ thị trường chứng khoán, thường rất không ưa những "mức giá điên rồ" này. Một nhà phân tích thị trường chứng khoán thường sẽ hỏi cơ sở của giá cả hoặc về giá trị nội tại của một tài sản là gì. Nếu bạn sử dụng các phương pháp truyền thống để đánh giá giá trị của tài sản thị trường vốn để đánh giá giá trị của bộ sưu tập NFT thì bạn sẽ chẳng được xu nào đâu! Thị trường này có số liệu riêng của nó. Giá có thể dựa trên mức độ phổ biến của một thứ gì đó trên mạng xã hội, điều này có thể dẫn đến nỗi sợ bị bỏ lỡ (FOMO) hoặc thứ gì đó đơn giản và lỗi thời như cái tôi của người mua hoặc người bán chẳng hạn.

Người ta sẵn sàng trả tiền

Thị trường mục tiêu cho các tác phẩm nghệ thuật NFT có giá cực cao là giới siêu giàu chứ không phải những người bình thường như chúng ta đâu. Nhóm người mua này sẽ tiêu tiền như nước chứ không như người phàm. Những người giàu có không hề ngần ngại chi tiêu số tiền lớn để có được thứ mà họ tin rằng có ý nghĩa làm biểu tượng địa vị. Đối với một số người đó, nhận được bộ sưu tập NFT mới nhất hoặc hấp dẫn nhất chỉ đơn giản là một cách báo hiệu cho người khác và cả thế giới rằng "Nhìn tôi nè, tôi có thể làm những việc như thế này vì tôi rất giàu đó!" Phân khúc khách hàng này là động lực cho nhiều người tham gia vào thị trường NFT để kiếm tiền nhanh chóng và dễ dàng từ việc bán hàng.

Lại thêm những chuyện khó tin

Hai sự kiện mà tôi phải kiểm tra thực tế nhiều lần vì không thể tin được.

1 - Đã có một bảo tàng dành riêng cho NFT ở Hoa Kỳ.

2 - Vào đầu năm 2022, chính phủ Vương quốc Anh tiết lộ rằng họ đang có kế hoạch đúc* NFT của riêng mình. Họ tuyên bố rằng đó là một phần trong kế hoạch trở thành nước dẫn đầu trong lĩnh vực crypto. Bộ trưởng Tài chính Vương quốc Anh đã chỉ đạo Royal Mint (cơ quan chính phủ chịu trách nhiệm đúc tiền) đúc và phát hành NFT. Phản ứng của những người có ảnh hưởng trong ngành không quá nhiệt tình. Họ coi đó chỉ là một chiêu trò quảng cáo cho mục tiêu rộng lớn hơn của chính phủ Vương quốc Anh đó là đua đòi theo các xu hướng công nghệ mới nhất.

*NFT được tạo thông qua một quy trình được gọi là đúc. Chương sau sẽ làm rõ hơn về việc này.

BẠN SỞ HỮU ĐƯỢC GÌ?

Hiện tại thì nhiều người mới mua cũng như những người yêu thích NFT vẫn đang hiểu lầm về việc bạn sở hữu gì khi có được token. Mặc dù đúng là chúng là duy nhất, nhưng theo nghĩa là token bạn sở hữu không có cặp đôi nào. Một số người bán NFT (do cố ý hoặc do thiếu kiến thức) khiến những người mới tham gia thị trường và đặc biệt là những người mua tiềm năng nghĩ rằng họ sở hữu trực tiếp hoặc sở hữu một phần tài sản cơ bản, chẳng hạn như một cuốn sách hoặc một tác phẩm nghệ thuật. Trái ngược với các vật khác, ta hãy sử dụng một tình huống đơn giản để minh họa; nếu tôi bán cho bạn chiếc ô tô của mình, sau khi quyền sở hữu đã được chuyển giao, bạn sở hữu nó 100%, với NFT, như chúng ta đã xác định thì thì chỉ chứng minh quyền sở hữu token đó.

Một điểm khác mà nhiều người mua mới trên thị trường NFT thường bỏ qua hoặc hiểu lầm là giao dịch mua của bạn không ngăn cản người bán tạo ra các NFT khác của giao dịch mua mà bạn đã mua.

Một ví dụ thực tế về hiểu lầm quyền sở hữu

Vào năm 2022, một DOA (Tổ chức Tự trị Phi tập trung) đã mua một cuốn sách khoa học viễn tưởng nổi tiếng với giá 2,66 triệu Euro và tin rằng họ sẽ sở hữu bản quyền và biến nó thành một NFT. Không lâu sau thì mọi người trên Internet nhắc nhở họ rằng NFT không hoạt động kiểu đó. Câu chuyện đó là một lời nhắc nhở khác cho người mua và người bán rằng vì NFT vẫn còn mới nên có một số khía cạnh pháp lý vẫn chưa có câu trả lời.

Đúc là gì và việc đó hoạt động như thế nào

NFT được tạo thông qua một quy trình được gọi là đúc tiền trên blockchain. NFT của bạn được kết nối với một hợp đồng thông minh và liên kết này là vĩnh viễn... mãi mãi. Hợp đồng thông minh mà NFT được tạo ra sẽ được thực thi và NFT được ghi vào blockchain.

Ethereum là blockchain phổ biến nhất để đúc, chủ yếu là do sự phổ biến của nó đối với các nhà phát triển. Để tránh bất kỳ sự nhầm lẫn nào, tôi muốn làm rõ rằng có thể đúc NFT trên các blockchain khác ngoài Ethereum.

Gas

Việc thực hiện hợp đồng thông minh của bạn và đúc NFT trên một blockchain như Ethereum đều phát sinh chi phí. Các khoản phí này được gọi là phí gas. Nếu bạn muốn mua NFT bằng ETH (Ether) hoặc muốn khai thác ETH thì sẽ bị tính phí gas. Trên blockchain Ethereum, giá được tính bằng Gwei, đơn vị nhỏ nhất của Ether. Số tiền bạn phải trả chủ yếu phụ thuộc vào mức độ phức tạp của giao dịch bạn thực hiện. Lượng lưu lượng truy cập mạng tại thời điểm giao dịch của bạn cũng đóng một vai trò. Để tiết kiệm phí gas, bạn sẽ muốn đơn giản hóa giao dịch nhưng điều đó không phải lúc nào cũng tốt nhất tùy thuộc vào NFT của bạn. Các nền tảng khác nhau tính phí gas khác nhau và sự khác biệt có thể rất lớn. Hãy cẩn thận tự nghiên cứu trước khi bắt đầu dự án của bạn.

Phí gas để đúc một NFT trên các nền tảng dao động từ 3 đô la vào một ngày yên tĩnh đến 30 đô la vào một ngày có nhiều lưu lượng truy cập. Trung bình mọi người đang trả 15 đô la phí. Nếu bạn thỉnh thoảng đúc thì thường phí sẽ không thành vấn đề. Nếu bạn chuyển sang làm việc này với tư cách là một doanh nghiệp thì bạn có thể dễ dàng nhận thấy phí gas có thể trở thành một vấn đề kinh doanh lớn như thế nào do các khoản chi phí.

Chiến tranh gas

Chiến tranh gas là một tính năng kỳ lạ của NFT. Chiến tranh gas diễn ra khi hàng nghìn người tìm cách mua NFT. Phí gas có thể tăng đến mức điên cuồng khi mọi người trả giá cao hơn đối thủ cạnh tranh của họ nhằm đảm bảo rằng các giao dịch của họ được xử lý nhanh hơn những giao dịch khác. Cuộc chiến tranh hiếm khi kéo dài, trung bình là vài phút, nhưng chừng đó là đủ để bạn dùng một số tiền đáng kể để có được NFT mình muốn. Tốn bao nhiêu nhỉ? Ít nhiều thì có thể ở mức 4.000 đô la.

Miễn phí gas?

Vấn đề phí gas có thể trở thành dĩ vãng, ít nhất là khi tạo ra NFT. Có những nền tảng cho phép bạn đúc NFT miễn phí. OpenSea - thị trường NFT phổ biến nhất - có một công cụ gọi là Trình quản lý Bộ sưu tập cho phép người dùng tạo và bán NFT mà không phải trả bất kỳ khoản phí gas nào. Điều này có ý nghĩa kinh doanh như thế nào nếu người tạo NFT không trả bất kỳ khoản phí nào? Chính người mua sẽ trả phí khi NFT được bán.

Theo trang web của họ, họ gọi quá trình này là "đúc lười". Cái gọi là đúc lười này, mặc dù là một điều tốt, đặc biệt là đối với những người có ngân sách eo hẹp, nhưng cũng đã tạo ra một loạt vấn đề mới... NFT giả. Chúng ta sẽ xem xét lại vấn đề này khi tìm hiểu sâu hơn về những thách thức về gian lận mà ngành đang phải đối mặt.

Blockchain nào đúc tốt nhất?

Quyền sở hữu của bạn hoặc tính duy nhất của NFT của bạn được kết nối với blockchain tạo ra nó. Một số thị trường cung cấp cho khách hàng của họ một số blockchain để lựa chọn trong quá trình đúc. Điều này có thể dẫn đến tình thế tiến thoái lưỡng nan với việc những người khác nhau đúc cùng một NFT trên các blockchain khác nhau, điều đó có nghĩa là sẽ có nhiều bản gốc và nhiều NFT đầu tiên trong một thị trường. Trong tình huống này thì ai sẽ quyết định blockchain nào là tốt nhất đây?

Một điểm khác cần xem xét là thị trường không bắt buộc phải chấp nhận tất cả các token. NFT bạn đúc từ Tezos (hoặc bất kỳ blockchain nào khác) <u>không</u> chắc chắn sẽ được chấp nhận ở tất cả các thị trường khác.

Có thể nào mua NFT mà không cần ETH không?

Một số nền tảng cho phép bạn mua bằng tiền định danh*. Tuy nhiên, phần lớn sẽ yêu cầu bạn sử dụng ETH (Ether) để mua NFT trong các phiên đấu giá hoặc bán lại.

*_Tiền định danh (fiat)_ là loại tiền do chính phủ phát hành, ví dụ: Đô la Mỹ, Real Brazil, Złoty Ba Lan, v.v.

ĐE DỌA MÔI TRƯỜNG

Lượng năng lượng tiêu thụ trong hệ sinh thái NFT đã là một vấn đề gây tranh cãi ngay từ đầu. Lời chỉ trích này cũng nhắm vào thế giới crypto nói chung. Đối với những người bảo vệ crypto, những lời chỉ trích này còn tùy vào năm đang bàn đến nữa. Vài năm trước thì vấn đề sử dụng năng lượng không hiệu quả có thể đã được tranh luận mạnh mẽ, nhưng giờ thì không còn nữa.

Cộng đồng blockchain đã có các nhóm hoạt động thúc đẩy cho nền tảng trở nên thân thiện với môi trường hơn. Ngày nay, có những mạng blockchain tiết kiệm năng lượng hơn nhiều so với Ethereum, ví dụ như mạng Solana. Trong tương lai, Ethereum đang lên kế hoạch nâng cấp blockchain của mình để sử dụng ít năng lượng hơn đáng kể trong quá trình khai thác. Mức giảm mà tôi đã tìm hiểu được theo nghiên cứu của mình là mạng cải tiến sẽ sử dụng năng lượng ít hơn 90%.

Trong số nhiều người ủng hộ luận điểm về mức độ tồi tệ của crypto và NFT đối với môi trường thì ít người nào hỏi về lượng năng lượng mà các sàn giao dịch chứng khoán trên thế giới sử dụng. Còn các ngân hàng trên toàn cầu thì sao? Tôi đã làm việc trong lĩnh vực ngân hàng truyền thống trong nhiều thập kỷ và tôi có thể nói với bạn từ kinh nghiệm cá nhân rằng chúng tôi đã sử dụng rất nhiều năng lượng. Một so sánh bị lãng quên nhiều hơn: Mức tiêu thụ điện của NFT khi so sánh với hệ sinh thái ngân hàng bao gồm hệ thống SWIFT và các địa điểm Máy rút tiền tự động (ATM) của họ trên khắp thế giới.

Tin tức môi trường crypto đáng lạc quan

Hai công ty Blockstream (Canada) và Block (Mỹ) đã bắt đầu phát triển một mỏ bitcoin chạy bằng năng lượng mặt trời và pin ở Texas sử dụng công nghệ của tập đoàn Tesla. Giám đốc điều hành Blockstream Adam Back đã đưa ra tuyên bố tại một hội nghị Bitcoin vào tháng 4 năm 2022. Mục đích của dự án của họ là cung cấp bằng chứng về khái niệm khai thác bitcoin 100% năng lượng tái tạo. Dự án cũng sẽ bao gồm một bảng thông tin công khai mà bạn có thể xem trong thời gian thực, tỷ lệ bitcoin được khai thác so với năng lượng đầu ra, thật ấn tượng! Cho đến nay, đây là một trong những dự án khai thác crypto thân thiện với môi trường đầy tham vọng nhất mà tôi biết. Tôi sẽ không ngạc nhiên nếu mình sớm đọc được thông tin về một số công ty hợp lực để làm điều gì đó tương tự dành riêng cho NFT.

Cần báo cáo chi tiết hơn

Điểm cuối cùng tôi muốn đưa ra về vấn đề này là khi xét đến tất cả các tuyên bố về việc sử dụng năng lượng lãng phí thì tôi vẫn đang chờ đọc một báo cáo cung cấp phân tích chi tiết về các nguồn năng lượng từ những nhà khai thác crypto tư nhân, những người khai thác NFT và những người chơi crypto khác. Chúng ta có biết có bao nhiêu nhà khai thác sử dụng năng lượng thay thế không? Ví dụ, có bao nhiêu nhà khai thác lấy nguồn năng lượng của họ từ năng lượng gió, năng lượng mặt trời hoặc các dạng năng lượng tái tạo khác? Nhiều người có sử dụng năng lượng thay thế đấy, không chỉ hai công ty lớn mà bạn vừa đọc đâu. Ngoài ra còn có những người khác dùng sáng kiến của riêng của mình để bù đắp hoàn toàn mức tiêu thụ CO_2 (Carbon dioxide) trung bình trên blockchain của họ để hoàn toàn không gây ảnh hưởng đến khí hậu.

LỪA ĐẢO VÀ HIỂM HỌA

Thật không may, những kẻ lừa đảo coi NFT là một thị trường mới để tung ra các thủ đoạn gian xảo. Những người nổi tiếng lẫn không nổi tiếng đều bị hack tài khoản. Ví dụ: OpenSea đã bị hack gần 2 triệu đô la vào mùa xuân năm 2022. Những kẻ lừa đảo đã lấy token từ ví của chủ sở hữu hợp pháp bằng một cuộc tấn công lừa đảo.

Vậy thì tình hình với hàng giả và lừa đảo trong NFT tệ đến mức nào? Một điều rất tồi tệ là thị trường lớn nhất trong ngành - OpenSea đã thừa nhận rằng phần lớn NFT được tạo trên nền tảng này - những NFT được tạo miễn phí - là bản sao tác phẩm của người khác hoặc chỉ đơn thuần là lừa đảo thôi. Họ đã tweet "Hơn 80% các mục được tạo bằng công cụ này là tác phẩm đạo văn, bộ sưu tập giả mạo." Công cụ mà họ đang đề cập đến là chương trình đúc miễn phí của họ, chương trình đúc lười mà tôi đã nói đến ở phần trên.

Đã có những vụ lừa đảo khác trong đó các nghệ sĩ không cung cấp nội dung đã hứa hẹn cho người mua, về cơ bản thì họ không hoàn thành toàn bộ dự án NFT. Bên cạnh trò lừa đảo này, còn có hoạt động bán hàng giả nổi tiếng và cấp thấp. Điều này có thể ở dạng hình ảnh bị đánh cắp, để tải lên và bán các tệp mà bạn không có quyền sở hữu trí tuệ. Đã có trường hợp một số tác phẩm của nghệ sĩ mà họ không muốn biến thành NFT đã được rao bán. Bạn cũng có thể gặp những tình huống điên rồ là khi ai đó bán hàng giả bên cạnh tác phẩm chính hãng trên cùng một thị trường. Bạn có thể tìm cụm từ "NFTtheft" trên Twitter hoặc các nguồn khác để tìm thấy nhiều câu chuyện oái oăm như vậy.

Điểm mấu chốt là các dự án giả mạo rõ ràng là không có giá trị đối với chủ sở hữu mới vì họ không có cách nào để lấy lại tiền đã chi ra và điều đó gây tổn hại cho thị trường NFT rộng lớn hơn.

Giao dịch rửa (Wash trading)

Wash trading có lẽ là mánh khóe mà hầu hết những kẻ lừa đảo đang sử dụng hiện nay. Với thủ thuật này, các tài khoản do một người hoặc tổ chức kiểm soát sẽ giao dịch với nhau để tạo ảo giác rằng có rất nhiều nhu cầu về NFT để giúp họ bán NFT nhanh hơn và với giá cao hơn. Thủ thuật này khá giống với trò pump and dump nổi tiếng trong giao dịch chứng khoán.

Quyền sở hữu vs Sự sở hữu

Các thị trường sớm muộn gì cũng phải làm rõ sự khác biệt chính giữa việc có token trong tay và việc trở thành chủ sở hữu của token. Hầu hết các thị trường vẫn hoạt động theo nguyên tắc tài khoản nào có token là chủ sở hữu. Nhiều người trong ngành muốn nhấn mạnh hơn vào quyền sở hữu hợp pháp. Sự khác biệt khá khó thấy nhưng rất quan trọng. Trong thế giới thực, nếu tôi đi nghỉ và bạn đột nhập vào nhà tôi và bắt đầu sống ở đó, thì bạn không sở hữu hợp pháp ngôi nhà của tôi được. Bạn chiếm nhà của tôi, nhưng quyền sở hữu hợp pháp vẫn thuộc về tôi.

Các thị trường có thể cải thiện hơn nữa

Tôi có thể dễ hiểu vì sao những người không theo sát thị trường NFT có thể có nghĩ rằng thị trường này hoàn toàn vô không có chút luật pháp nào và chuyện gì cũng có thể xảy ra. Thực tế không đơn giản như vậy. Hiện tại, thị trường NFT tuân theo các quy tắc DMCA (Đạo luật Bản quyền Số Thiên niên kỷ) giống như bất kỳ trang web nội dung nào khác, chẳng hạn như nền tảng YouTube. DMCA cấm tải lên, sử dụng hoặc chia sẻ nội dung mà bạn không sở hữu hợp pháp. Nội dung thường là video, ảnh và nhạc. Những người vi phạm nguyên tắc DMCA có thể bị buộc phải xóa tài liệu khỏi trang web của họ.

Các thị trường đang dần tích cực hơn trong các nỗ lực loại bỏ những kẻ lừa đảo và những kẻ xấu, nhưng họ cần phải làm nhiều hơn nữa. Theo tôi, họ vẫn còn quá chậm và yếu. Họ cũng có thể tăng cường cung cấp thêm nội dung giáo dục cho người mua. Gần đây tôi đã đọc về một phòng trưng bày ngoại tuyến mới dành cho NFT cho phép người mua tiếp cận với các chuyên gia về nghệ thuật, tài chính và công nghệ để hỗ trợ họ trong quá trình mua hàng. Đây là một khởi đầu tốt.

BẢO VỆ TÀI KHOẢN CỦA BẠN

Danh sách dưới đây tôi đưa ra là một điểm khởi đầu tốt. Bạn luôn có thể tạo các chiến lược phức tạp hơn khi nhu cầu bảo mật của bạn tăng lên. Tôi thấy là mình có thể chắc ăn khi viết rằng nếu bạn áp dụng những điều cơ bản trong các đoạn sau; bạn sẽ có một khởi đầu tốt.

Sử dụng trình quản lý mật khẩu và tránh dùng lại mật khẩu

Sử dụng lại mật khẩu có lẽ là điểm yếu số một đối với hầu hết mọi người khi nói đến mật khẩu. Có cùng một mật khẩu trên một số trang web là việc cực kỳ rủi ro. Chúng ta rất thường làm điều đó, nhưng chúng ta phải chống lại sự lười biếng này bởi vì chúng ta cũng biết nếu ai đó lấy được mật khẩu của bạn, thì họ có thể tấn công bạn từ nhiều điểm. Sử dụng trình quản lý mật khẩu như LastPass hoặc bất kỳ trình quản lý mật khẩu nào khác có thể giúp quá trình bảo mật dễ dàng hơn.

Không nhấp vào các liên kết không rõ nguồn gốc

Đừng bao giờ nhấp vào email, hình ảnh, v.v. từ các nguồn không xác định. Đây là một cách rất nhiều người đánh mất NFT của họ. Nói chung, bạn không nên nhấp vào các liên kết từ các nguồn không xác định hoặc không đáng tin cậy dù có liên quan đến NFT hay không.

Cụm từ khôi phục bí mật của bạn...phải luôn bí mật

Cụm từ khôi phục bí mật cho ví của bạn chỉ dành cho bạn thôi, KHÔNG được chia sẻ nó với bất kỳ ai. Kể cả bạn thân nhất, vợ chồng, v.v. đều không được.

Bên cạnh những mẹo này, có rất nhiều video trôi nổi trên internet với các chiến lược thậm chí còn nâng cao hơn, nhưng hãy nhớ rằng, càng phức tạp thì càng khó có động lực sử dụng đấy.

METAVERSE

Metaverse là cái gì thế nhỉ? NFT đã mới rồi, mà giờ metaverse lại là tập hợp rất nhiều từ mới khiến nhiều người còn khó hiểu hơn nữa. Gần đây trong một bữa ăn tối với một số người bạn, sau khi dành 15 phút để giải thích về NFT, sau đó họ hỏi tôi về metaverse, tôi chỉ nói "cứ đọc sách tôi viết đi." Tôi nói điều này bởi vì để hiểu đầy đủ về metaverse thì bạn hiểu một số khái niệm khác. Tuy nhiên, vì bạn đang đọc cuốn sách của tôi nên bạn sẽ được giải thích đầy đủ.

Có một điều quan trọng cần hiểu sớm: có nhiều thế giới ảo metaverse. Các công ty khác nhau (vì những lý do rõ ràng) có thể muốn công chúng tin rằng chỉ có một metaverse thôi... Metaverse của họ! Nhưng không chỉ có một metaverse. Một số thế giới ảo nổi tiếng nhất là Decentraland và Sandbox, với nhiều thế giới khác vẫn đang được phát triển khi tôi đang viết sách này, thậm chí một thế giới chỉ dành cho trẻ em.

Avatar

Trước khi chúng ta đi xa hơn, cần giải thích nhanh về avatar. Chắc là mọi người đều biết đến khái niệm avatar, sau khi cho vài người bạn đọc thử chương này vài lần, họ đã rất tốt bụng cảnh báo cho tôi về lỗi của mình.

Avatar là hình ảnh đại diện trên màn hình, thường là của chính bạn, từ thế giới thực để đại diện cho bạn trong thế giới ảo. Tùy thuộc vào nền tảng và sở thích của bạn, avatar của bạn có thể giống hoặc khác với hình ảnh ngoài đời thực của bạn - tùy như bạn muốn. Nếu ngoài đời bạn thấp nhưng muốn trông giống một cầu thủ bóng rổ cao lớn thì bạn có thể làm điều đó. Yêu cầu chính đối với hầu hết các nền tảng là avatar này phải giống con người, hay nói cách khác thì bạn không thể biến mình thành một con rồng phun lửa.

Như bạn vừa đọc, avatar thường là của chính bạn, nhưng bạn cũng có thể tạo avatar ai đó theo trí tưởng tượng của mình. Một ví dụ được nhắc đến hoặc khá gây tranh cãi là trên mạng xã hội: một trong những người mẫu có nhiều lượt follow nhất lại là một avatar nữ do một người nam tạo ra

Metaverse tiếp tục

Metaverse là tập hợp một số thành phần kết hợp với nhau để tạo thành trải nghiệm. Các phần thiết yếu là avatar, thiết bị VR (Thực tế ảo)* và quyền sở hữu số. Tôi phải thừa nhận rằng tập hợp các thành phần này có thể sẽ thay đổi.

Thông qua việc sử dụng avatar, bạn có thể đi chơi với các avatar khác trong thế giới ảo này để làm mọi việc từ mua sắm, bán tài sản cho đến tham dự buổi hòa nhạc. Một mục tiêu của metaverse là có thể làm những việc mà bạn thường làm trong thế giới thực của mình, nhưng bạn thực hiện chúng trực tuyến. Hoạt động bình thường trong đời thực của bạn bao gồm làm việc, gặp gỡ bạn bè, sở thích, v.v. Qua các nền tảng metaverse, bạn sẽ có cảm giác như thể bạn đang ở ngay đó, thực hiện các hoạt động này mà không thực sự có mặt ở đó.

Một mục tiêu khác của thế giới ảo là làm cho bạn cảm thấy hoàn toàn đắm chìm đến mức bạn sẽ khó rời khỏi. Để điều này xảy ra, các nhà phát triển phải làm cho trải nghiệm trở nên phong phú về mặt đồ họa và mặt cảm giác nhất có thể và tôi có thể hứa với bạn rằng họ vẫn đang làm việc cật lực để đạt đến đó. Thậm chí còn có một thế giới cho phép các avatar kết hôn với nhau! Đám cưới avatar là một ý tưởng dễ thương, nhưng đây không phải là điều thu hút các công ty. Tính năng thu hút họ nhiều nhất là họ có khả năng tạo ra các dịch vụ kinh doanh hoặc nội dung có thể được giao dịch ảo và sau đó có thể chuyển đổi thành tiền thật.

*Thực tế ảo (VR) là trải nghiệm giàu cảm giác do máy tính tạo ra với các cảnh (hình ảnh, âm thanh) chân thực đến mức bạn có cảm giác như thể bạn đang thực sự trải nghiệm. Bạn thường truy cập VR bằng thiết bị đeo đầu được thiết kế đặc biệt.

Điều này *không* hoàn toàn mới

Có những người sẽ nhớ là Linden Lab đã có một buổi ra mắt lớn vào năm 2003 về thế giới ảo của họ có tên là *Second Life*. Mọi người có thể tạo avatar và tương tác với các avatar khác trong cuộc sống thứ hai của họ. Câu chuyện này hơi mang tính cá nhân đối với tôi vì ngân hàng, nơi tôi làm việc vào thời điểm đó, đã đặt cược tài chính vào *Second Life* và đầu tư rất nhiều tiền để tạo ra sự hiện diện trong thế giới ảo này. Họ đã thuê thêm nhân viên và tổ chức một bữa tiệc ra mắt tuyệt vời. Kết quả là sao? Đáng buồn thay, dự án đã thất bại thảm hại. Tại sao vậy? Không có đủ sự quan tâm từ công chúng để dự án đáng kinh doanh. Tuy nhiên, thế giới ảo *Second Life* vẫn tồn tại.

Sao lại nổi lên lúc này?

Chúng ta vừa nói chuyện khái niệm thế giới ảo không phải là mới, vậy tại sao bây giờ lại có nhiều người hứng thú như vậy? Câu trả lời là các công nghệ hỗ trợ cần thiết để chuyển sang cấp độ tiếp theo cuối cùng cũng có mặt. Chúng bao gồm các blockchain, thiết bị VR cải tiến và tất nhiên là NFT, có thể được tích hợp vào metaverse. Việc sở hữu mọi thứ trong thế giới ảo là có thể, nhưng với việc áp dụng công nghệ blockchain, việc chứng minh quyền sở hữu tài sản ảo sẽ an toàn hơn và mang lại cảm giác *thực* hơn cho chủ sở hữu.

Nhiều nơi trên thế giới cũng cởi mở hơn với lối sống ảo nhờ các nền tảng họp trực tuyến khác nhau, cùng với sự bùng nổ của hình thức làm việc từ xa và xu hướng làm việc tại nhà. Giờ đây, mọi người tổ chức những bữa tiệc nếm rượu ảo, điều mà tôi thậm chí không nghĩ đến việc tham dự nhiều năm trước. Giờ thì gần đây tôi có tham dự một bữa tiệc như vậy.

Thử thách du hành liên metaverse

Trước khi công chúng có thể chấp nhận khái niệm metaverse rộng rãi hơn, một số người trong ngành tin rằng người dùng phải có khả năng di chuyển dễ dàng giữa các thế giới ảo metaverse khác nhau. Để chuyến du hành liên metaverse trở thành hiện thực, sẽ cần phải có một số tiêu chuẩn thống nhất. Có tiêu chuẩn metaverse sẽ cho phép bạn di chuyển với tài sản số và avatar của mình từ metaverse này sang metaverse khác mà không làm mất chúng.

Có thể họ sẽ tạo ra một số tiêu chuẩn metaverse tương tự như tiêu chuẩn điện tồn tại ở Liên minh Châu Âu. Ví dụ, một cư dân Ba Lan đi du lịch đến Tây Ban Nha có thể cắm máy tính, sạc điện thoại thông minh, v.v. mà không gặp vấn đề gì vì tiêu chuẩn ổ cắm điện giống nhau trên toàn Liên minh Châu Âu. Để so sánh thì một cư dân điển hình từ Hoa Kỳ đi du lịch đến Châu Âu sẽ cần một bộ chuyển đổi điện du lịch để sử dụng ổ cắm điện ở Tây Ban Nha.

Trước khi có thể khởi chạy bất kỳ chuyến du hành liên metaverse nào, các thế giới metaverse khác nhau đều cần phải giải quyết các thách thức kỹ thuật và sở hữu trí tuệ rõ ràng mà việc di chuyển giữa các metaverse sẽ yêu cầu.

Chúng ta có muốn thoát khỏi thực tại không?

Đây có lẽ là thách thức khó khăn nhất đối với các công ty, đó là thuyết phục mọi người rằng họ cần tham gia vào metaverse. Rằng chúng ta nên dành ít thời gian hơn để trải nghiệm cuộc sống thực và nhiều thời gian hơn cho cuộc sống ảo, ngay cả khi cảm giác trong đó rất thực tế. Một trong những lời chỉ trích thường xuyên về metaverse là nó chủ yếu là cách để tầng lớp trung lưu hoặc giàu có trốn tránh thực tại. Sự thật là đa phần con người ta không có đủ tiền để cứ muốn bật tắt thực tại lúc nào tùy ý. Chưa kể, chi tiền *thật* để mua đất *ảo*, v.v. trong metaverse có nghĩa là cuộc sống thật ngoài đời của bạn phải dư dả. Đây là một thế giới mà đất ảo bên cạnh nhà của một số người nổi tiếng trong metaverse có thể đắt hơn đất thực. Hãy tưởng tượng bạn đang tìm cách giải thích điều này với một đứa trẻ, hoặc bất kỳ ai khác, rằng bạn không đủ khả năng mua một ngôi nhà trong một thế giới không tồn tại!?!

Tại thời điểm này, các trường hợp sử dụng cho người tiêu dùng (chơi trò chơi, trải nghiệm ảo, nghệ thuật, hẹn hò, v.v.) của metaverse rõ ràng là một điều có thì cũng hay nhưng không cần thiết phải có. Tôi sẽ kết lời với một lời cảnh báo nhỏ; nhiều người cũng nói điều tương tự về mạng xã hội khi nó mới ra mắt. Mặc dù đối với tôi, mạng xã hội không phải là một nhu cầu, nhưng tôi biết rằng có nhiều người mà đối với họ và vòng kết nối xã hội của họ thì mạng xã hội trở thành một thứ thiết yếu.

TRÒ CHƠI: CHƠI ĐỂ KIẾM TIỀN!

Các trò chơi NFT là một phần quan trọng của hệ sinh thái NFT và đang phát triển nhanh hơn bất kỳ người hâm mộ nào có thể tưởng tượng được. Quy mô của thị trường được đo bằng giao dịch mua trong trò chơi và trong năm 2021 đã đạt 5,1 tỷ đô la. Đây là lĩnh vực NFT lớn thứ 2 dựa trên tổng doanh số NFT. Thế giới trò chơi này không phải là thứ mà nhiều người nghĩ đến khi nói đến trò chơi. Cách hoạt động truyền thống của trò chơi là người chơi trả tiền để chơi trò chơi và ngay cả khi trò chơi bắt đầu miễn phí thì thông thường họ sẽ phải trả tiền để truy cập các cấp độ hoặc thứ bậc nhất định.

Trong phiên bản trò chơi mới này, người chơi kiếm tiền từ việc chơi trò chơi, thường được gọi là "chơi để kiếm tiền" (P2E). Một cách khác để giải thích là khi chơi trò chơi trong vũ trụ NFT thì thời gian của bạn chính là tiền thù lao. Nghe có vẻ ngớ ngẩn đối với một số người hoài nghi ý tưởng trả tiền cho ai đó để họ theo đuổi sở thích chơi trò chơi của họ, nhưng điều này lại rất thực tế. Thuật ngữ mọi người đang sử dụng để mô tả xu hướng này là GameFi, đơn giản là sự pha trộn giữa từ trò chơi và tài chính. Trên thực tế, đó là một thế giới ảo mà trong đó blockchain, NFT, trò chơi và crypto hòa quyện với nhau.

Người chơi kiếm tiền thế nào?

Cách kiếm tiền điển hình là hoàn thành một số nhiệm vụ nhất định trong trò chơi để cải thiện thứ bậc của bạn. Đối với hầu hết người chơi thì việc này gần như không có rủi ro nào, nhưng có một số trò chơi mà bạn có thể mất tiền vì bạn cần phải trả tiền trước khi chơi. Bạn có thể mất số tiền đó nếu bạn ngừng chơi trước khi đạt đến một cấp độ hoặc thứ bậc cần thiết để nhận thanh toán.

Trong trò chơi NFT, người chơi sử dụng vật phẩm sưu tầm số hoặc tài sản trong trò chơi mà họ có thể bán cho người chơi khác. Nội dung có thể bao gồm nhiều thứ như vùng đất ảo, nhân vật, vũ khí, con vật, v.v. Một số người chơi đầy tham vọng thậm chí còn bắt đầu sử dụng thu nhập từ crypto của họ để stake NFT nhằm mở rộng thu nhập hơn nữa. Stake cho phép bạn kiếm thêm thu nhập từ NFT của mình mà không phải từ bỏ quyền sở hữu.

Top trò chơi hiện nay

Axie Infinity - Người chơi thu thập quái vật NFT tưởng tượng mà họ có thể giao dịch bên trong thị trường của trò chơi.

Sorare - Dành cho những người hâm mộ bóng đá ảo. Bạn tập hợp một đội gồm những người chơi mình thích và nhận phần thưởng tùy thuộc vào thành tích của họ trong các trận đấu thực.

Evolution Land - Người chơi mua đất và xây dựng các tòa nhà.

Phản hồi từ các nhà phát triển trò chơi

Cũng như mọi thứ khác khi nói đến NFT, thị trường vẫn còn mới và từ dữ liệu có sẵn, phần lớn cộng đồng chơi trò chơi bên ngoài thế giới NFT vẫn chưa hoàn toàn tin tưởng lợi ích của NFT trong trò chơi. Theo khảo sát từ Hội nghị các Nhà Phát triển Trò chơi năm 2022, phần lớn người chơi (70%) không hề quan tâm.

KHÔNG CÓ CHUYỆN KIẾM LỜI NHANH VÀ DỄ ĐÂU

Đầu tư với NFT có thể có lời, nhưng nhiều nhà đầu tư nhanh chóng nhận ra rằng việc đó không dễ dàng như nhiều người nghĩ. Phần lớn chịu thua lỗ và các tác phẩm từ bộ sưu tập NFT được bán với giá hàng triệu đô la chắc chắn không phải là chuyện hay xảy ra. Dữ liệu tôi đã xem qua cho thấy rằng gần 60% số người tham gia không kiếm được tiền.

Những doanh số hàng triệu đô la đáng chú ý trên thực tế chiếm khoảng 1 hoặc 2% thị trường. Hầu hết các token được bán với giá vài trăm đô la. NFT ngay từ đầu đã được quảng bá như một cách để các nghệ sĩ kiếm được nhiều tiền hơn từ các tác phẩm sáng tạo của họ. Theo những gì tôi tìm hiểu được thì hiện nay phần lớn lợi nhuận thuộc về thương nhân chứ không phải nghệ sĩ.

Một số người thấy bong bóng thị trường

Những người mới tham gia thị trường đôi khi quên rằng thị trường NFT cũng giống như các thị trường khác, theo nghĩa là giá cả dao động và không phải lúc nào cũng tăng lên. Hiện tại có quá nhiều sự chú ý dồn về doanh số bán hàng phá kỷ lục đến nỗi mọi người bỏ qua thực tế là giá của một số bộ sưu tập NFT nổi tiếng đã giảm. Có một số nhà phân tích tin rằng có bong bóng giá trên thị trường. Có thể sự thật là vậy, nhưng với NFT, rất khó để quyết định khi nào có bong bóng. Theo kinh nghiệm của tôi với Bitcoin và các loại crypto khác, bong bóng giá là một chủ đề tranh luận mà tôi thường nghe thấy. Mỗi lần, các nhà phê bình đã rất sai. Như chúng ta đã biết, không có một tiêu chuẩn chung thống nhất nào cho việc định giá NFT. Chúng không giống như cổ phiếu để định giá theo thu nhập của công ty, hệ thống sản phẩm, tiềm năng tăng trưởng, v.v. Lời khuyên nhanh gọn lẹ cho bất kỳ độc giả nào là chỉ đầu tư bằng vốn rủi ro thôi (là tiền đó) nếu bạn mất tiền thì sẽ không có điều gì tồi tệ đáng chú ý xảy ra với đời sống tài chính của bạn cả.

Nỗi kinh hoàng bán lại NFT

Một trong những doanh số bán hàng lớn nhất trong thế giới NFT đã trở thành một trong những doanh số bán lại thấp nhất từng có. Nhà đầu tư crypto Sina Estavi đã thu hút sự chú ý của giới truyền thông vào năm 2021 khi anh trả 2,9 triệu đô la cho một NFT trong dòng tweet đầu tiên của Jack Dorsey, người đồng sáng lập Twitter.

Estavi tìm cách bán lại NFT này vào năm 2022 với giá 48 triệu đô la và chỉ nhận lời chào mua cao nhất là trăm đô la thôi. Vâng, bạn không đọc nhầm đâu, anh ta đã trả hàng triệu đô la và những lời chào mua cao nhất anh nhận được thì chỉ vài trăm đô la. Sau đó, anh tìm cách gắng bán lại một lần nữa mà không đưa ra mức giá chào bán, và mặc dù những lời chào mua đã tăng cao hơn nhưng cuối cùng chỉ đạt đỉnh ở mức đáng thất vọng là 6.800 đô la. Anh nói rằng, "NFT này không chỉ là một dòng tweet, đây là nàng Mona Lisa của thế giới kỹ thuật số đây." Cho đến nay, dựa trên các lời chào mua nhận được, người mua không quan tâm lắm về NFT này như anh. Chúng ta có thể đồng ý rằng đây là một ví dụ cực đoan về sự biến động của NFT, nhưng nó vẫn là một lời nhắc nhở nữa về bản chất đầu cơ của thị trường.

QUẢN LÝ RỦI RO NFT

Trước khi bắt đầu giao dịch hoặc đầu tư vào NFT, hệ thống quản lý rủi ro của bạn cần phải hoạt động bình thường. Nhờ kinh nghiệm làm ngân hàng, tôi sẽ phân loại chúng dưới dạng các khoản đầu tư thay thế cho khách hàng của mình. Thị trường này tiềm ẩn nhiều rủi ro hơn các thị trường khác, có nghĩa là lợi nhuận tiềm năng của bạn cũng phải cao hơn mức trung bình với bất kỳ NFT nào mà bạn cân nhắc mua. Đây không chỉ là quan điểm của tôi, mà đây là điều bạn nên nghe từ bất kỳ ai hiểu rõ về quản lý rủi ro. Tôi đã giải thích chi tiết trước đó về một số rủi ro liên quan đến thị trường này, nhưng tôi tin rằng vẫn có cơ hội. Nguyên tắc quan trọng nhất để mua NFT là bạn chỉ sử dụng vốn rủi ro. Tùy thuộc vào ngân sách, bạn có thể sao chép một số kỹ thuật mà chúng ta sẽ đề cập đến, được sử dụng bởi những người kiếm tiền bằng NFT.

NGƯỜI TRONG CUỘC KIẾM TIỀN RA SAO

Chúng ta đều biết rằng rất nhiều nhà đầu tư không kiếm được tiền trên thị trường này. Trong chương này, tôi sẽ chia sẻ với bạn các chiến lược mà những người kiếm lời bằng NFT sử dụng.

Danh sách trắng của người trong cuộc

Trước khi ra mắt NFT mới, những người tạo NFT sẽ cố gắng kết nối với càng nhiều nhà quảng bá càng tốt. Những người quảng bá này có thể là những người có ảnh hưởng trên mạng xã hội, ngôi sao thể thao hoặc bất kỳ ai có lượng người hâm mộ khổng lồ. Sau đó, những người tạo NFT cho phép những người quảng bá mua NFT với mức chiết khấu lớn trước khi ra mắt hoặc thậm chí có thể tặng một số NFT nữa. Những danh sách các nhà đầu tư ban đầu này được gọi là danh sách trắng.

Các nhà quảng bá trong danh sách trắng thường kiếm được hơn 100% lợi nhuận từ việc bán lại NFT của họ sau khi ra mắt. Rõ ràng thì họ chỉ được lời nếu thực hiện đúng chương trình quảng bá của mình. Nếu có thể thì độc giả nên nhớ bài học này, hãy cố gắng đảm bảo một vị trí trong danh sách trắng của các nhà đầu tư đặc biệt này.

Bộ sưu tập

Những người trong cuộc thường tập trung vào các bộ sưu tập. Đây là một nhóm NFT có cùng một người tạo và chia sẻ một số điểm tương đồng. Phần lớn lưu lượng truy cập và sự quan tâm của thị trường tập trung vào một số ít các bộ sưu tập. Vào năm 2022, có gần 80.000 bộ sưu tập trên thị trường, đây không phải là một con số quá lớn, nhưng đây là mức tăng trưởng khoảng 15.000 lần so với năm trước. Dữ liệu từ nonfungible.com cho thấy các bộ sưu tập chiếm gần 60% doanh số NFT. Hai cái tên nổi tiếng nhất là CryptoPunks và Bored Ape Yacht Club. Doanh thu từ cả hai bộ sưu tập là hàng tỷ đô la...trả cho những hình ảnh pixel thôi đấy!

Mua nhiều hơn và đa dạng hóa lên hơn

Các nhà đầu tư được lợi trong thế giới NFT là những người đang chi nhiều tiền hơn. Những người hưởng lợi từ NFT có thể kiếm được lợi nhuận lớn hơn bằng cách mua một dự án trên thị trường thứ cấp với giá 15.000 đô la và sau đó bán lại với giá 20.000 đô la. Trung bình, họ cũng sẽ có nhiều NFT hơn và đa dạng hơn trong các bộ sưu tập của mình. Tôi biết rằng chiến lược này có thể không hợp với tất cả mọi người. Không phải ai cũng đủ tài chính để chi 15.000 đô la cho một NFT, đặc biệt khi nó vẫn là một loại tài sản chưa được biết đến.

Sử dụng NFT làm tài sản thế chấp cho các khoản vay

Đoạn này nếu viết cách đây mấy năm chắc bị bạn bè hay độc giả chê cười thôi. Đúng vậy, hiện tại bạn có thể vay tiền dựa trên giá trị bộ sưu tập NFT của mình. Đối với một loại tài sản mới và mang tính đầu cơ này, khi tôi nghe về các khoản vay NFT, suy nghĩ đầu tiên của tôi là đây hẳn là một trò đùa. Tôi có thể khẳng định việc này không phải là một trò đùa đâu, có một số trang web cho phép bạn làm điều này. Một trong những trang cung cấp loại dịch vụ này mà khá phổ biến là nftfi.com.

Sau khi được chấp thuận cho vay, có thể sử dụng các quỹ crypto để mua thêm NFT hoặc đầu tư vào các dự án crypto khác mà sau này có thể được chuyển đổi thành tiền tệ fiat. Số tiền cho vay cao nhất được phê duyệt mà tôi biết là 8 triệu đô la.

Stake NFT

Stake NFT là khi bạn cam kết token của mình trên nền tảng để nhận phần thưởng. Nói một cách đơn giản hơn, stake token cho phép bạn kiếm thêm thu nhập từ NFT của mình mà không phải từ bỏ quyền sở hữu. Khái niệm stake token không phải là mới, đây là một việc làm tương đối phổ biến với crypto.

Stake token mang đến cơ hội mới cho các nhà sưu tập kiếm thu nhập thụ động từ các bộ sưu tập của họ. NFT không phải là loại tài sản có tính thanh khoản cao, do đó, đối với những người đầu tư dài hạn, đây có thể là một hoạt động kinh doanh phụ hấp dẫn.

Cách kiếm tiền từ việc stake token

Quá trình stake NFT tương tự như crypto thôi. Token của bạn được stake trong bể stake - nơi chúng được sử dụng để giúp xác nhận giao dịch. Bạn được thưởng khi token của bạn được sử dụng để xác nhận. Thời gian hưởng phần thưởng ở các nền tảng khác nhau thì sẽ khác nhau. Một số nền tảng cung cấp phần thưởng hàng tuần, số khác thậm chí sẽ cung cấp hàng ngày.

Bạn thường được trả thưởng bằng token gốc của nền tảng. Khoản thanh toán này sẽ dựa trên tỷ lệ phần trăm hàng năm (APR) do nền tảng bạn dùng đặt ra. Cơ sở về cách đặt ra tỷ lệ này cũng khác nhau trong mỗi nền tảng. Hãy nhớ rằng bạn sẽ giao dịch với một thị trường không được kiểm soát, không có cơ quan quản lý ngân hàng nào sẵn sàng đặt ra các quy tắc.

Một cảnh báo cho những người muốn thử stake token: Khả năng đủ điều kiện để stake NFT của bạn sẽ khác nhau trong mỗi nền tảng. Không phải tất cả các NFT đều có thể stake được, do đó, không đơn giản là chỉ việc mua một NFT và sau đó thu nhập thụ động bắt đầu đến đâu. Bạn sẽ phải tự tìm hiểu sâu hơn một chút.

Cách kiếm lợi nhuận từ NFT mà không cần phải là người trong cuộc

Bạn có thể tham gia cơn sốt NFT mà không cần phải là người trong cuộc hoặc thậm chí không cần mua NFT. Bạn có thể tiếp xúc gián tiếp với NFT bằng cách đầu tư vào các mạng blockchain hỗ trợ chúng.

Một số ví dụ về blockchain là Solana, Cardano, GoChain, Tezos và còn nhiều ví dụ khác. Mỗi mạng có đề xuất giá trị riêng. Một ví dụ tham khảo, GoChain đã tự đặt tên cho mình là blockchain xanh, thân thiện với môi trường nhất. Bạn cũng có thể đầu tư vào các sàn giao dịch cung cấp NFT để giao dịch nhằm đa dạng hóa danh mục đầu tư của mình hơn nữa.

Một trong những lựa chọn thay thế tôi thích nhất là blockchain Ethereum, được sử dụng cho nhiều thứ, từ NFT đến hợp đồng thông minh. Ethereum đã tăng trưởng như tên lửa so với các nền tảng khác vì blockchain của nó là cơ sở cho rất nhiều loại ứng dụng khác nhau. NFT cũng có thể được phát triển trên các nền tảng khác, nhưng Ethereum vẫn là nền tảng ưa thích của các nhà phát triển NFT.

Cách tiếp cận gián tiếp với một loại tài sản cụ thể này không có gì mới, chẳng phải tôi đã phát minh ra hay gì. Đó là điều mà tôi đã khuyên khách hàng nên làm trong nhiều năm tại các thị trường truyền thống. Thay vì mua hợp đồng tương lai dầu mỏ trên thị trường hàng hóa, bạn có thể mua cổ phiếu các công ty dầu mỏ, công ty vận chuyển, v.v. Cơ sở của chiến lược là tìm những người chơi khác trong hệ sinh thái của bất kỳ lĩnh vực nào mà bạn đang muốn đầu tư. Ví dụ về crypto sẽ áp dụng cho những người quan tâm đến crypto, nhưng thay vì mua Bitcoin, họ mua cổ phiếu khai thác Bitcoin.

MỘT NFT CHẾT NGƯỜI VÀ CÁC XU HƯỚNG KHÁC

Chúng ta sẽ xem xét một dự án NFT chết người và một vài xu hướng mà tôi đang theo dõi trong thế giới NFT và metaverse.

NFT Người Nổi tiếng đã Chết?

Một trong những dự án NFT thú vị (hoặc kỳ lạ) mà tôi có đọc qua là Macabris, dự án này nằm trên blockchain Ethereum. Mỗi token là duy nhất và chúng đại diện cho một người nổi tiếng cụ thể. Chủ sở hữu token nhận được một phần khoản thanh toán hàng tháng từ quỹ phân phối chung của họ miễn là người nổi tiếng đó còn sống. Chưa hết đâu, còn nữa; mỗi token nhận được khoản thanh toán tăng lên khi những người nổi tiếng của các token khác tiếp tục chết dần. Sau khi cái chết trong thế giới thực được xác nhận, một người nổi tiếng sẽ được Death Master (Chủ quản Trạng thái Chết) của họ đánh dấu là đã chết.

Quỹ phân phối chung này được tài trợ từ việc bán token ban đầu của họ và hoa hồng từ việc bán token sau này. Theo Macabris, trong ICO, 80% số tiền từ các token đã bán sẽ được chuyển vào quỹ chung. Phí hoa hồng chuyển token từ ví sang ví cũng sẽ được chuyển đến quỹ phân phối chung.

Dự án này có thể không phù hợp với cho mọi nhà đầu tư, nhưng nó minh họa mức độ đa dạng sẵn có trên thị trường.

Làn sóng NFT tiếp theo?

Lĩnh vực NFT mà tôi đang theo dõi chặt chẽ là thị trường sách và sách nói. Là một tác giả, không có gì ngạc nhiên khi tôi tò mò về những khả năng lĩnh vực này mang đến. Giống như hầu hết các tác giả khác, tôi đọc rất nhiều và với tư cách là một độc giả, tôi cũng quan tâm đến điều đó.

Có một số nền tảng cho phép tác giả xuất bản và phân phối tác phẩm của họ bằng NFT và hợp đồng thông minh. Các nền tảng này cũng cung cấp nhiều dịch vụ quen thuộc với các tác giả và nhà xuất bản, bao gồm dữ liệu bán hàng theo thời gian thực (ví dụ: số lượng bản đã bán). Các nền tảng cũng cho phép thanh toán bằng tiền tệ fiat nên không bắt buộc phải có ví crypto.

Sử dụng hợp đồng thông minh cho phép các tác giả và nhà sản xuất nội dung khác thiết lập các quyền và giới hạn cho tác phẩm của họ và theo các trang web, ứng dụng công nghệ của họ sẽ chống lại hàng giả và các gian lận kỹ thuật số khác một cách hiệu quả. Công nghệ blockchain cơ bản liên kết tác giả với các tác phẩm cụ thể để xác minh ai là nhà xuất bản gốc.

Việc sử dụng hợp đồng thông minh trong mảng sáng tạo có thể khiến việc bán sách từ bình thường trở nên phi thường. Tác giả có thể sử dụng hợp đồng thông minh để tạo ấn bản dành cho người sưu tập hoặc thêm lời mời tham gia các sự kiện ngoại tuyến riêng tư như nếm rượu hoặc hội thảo miễn phí. Những khả năng thêm vào các tính năng gần như vô tận.

Ứng dụng trong thế giới thực

Doanh nhân Gary Vaynerchuk đã đưa ra một lời đề nghị rằng bất kỳ ai mua 12 bản cuốn sách mới của anh sẽ nhận được một NFT. Kết quả thế nào? Anh đã nhận được đơn đặt mua trước cho hơn một triệu cuốn sách. Thực tế mà nói, không phải ai cũng có lượng follow trên mạng xã hội lớn để có thể bán được nhiều sách như vậy dưới dạng đặt trước.

Đáng tiếc là theo số liệu thống kê thì các nhà văn bình thường lại không có lợi nhuận cao lắm. Số liệu thống kê doanh số bán hàng tôi thấy chỉ có một chữ số thôi. Thật không may, các báo cáo không tiết lộ là họ cho gì vào các NFT đó. Có phải chúng chỉ là những tập tin cơ bản không? Hay chúng bao gồm các tính năng bổ sung như quyền truy cập vào một sự kiện hoặc là NFT phiên bản giới hạn, v.v. Cho đến khi có một thị trường thứ cấp mạnh mẽ hơn cho sách NFT, các ưu đãi tài chính dành cho các nhà văn ít được biết đến vẫn sẽ không lớn...tại thời điểm này.

Một metaverse Bảo tàng: Bảo tàng token hóa sự dư thừa

Một metaverse cho các tổ chức nghệ thuật có thể cung cấp một số khả năng thú vị mà một số bảo tàng đang trong giai đoạn nghiên cứu ban đầu. Một ý tưởng mà tôi đã nghe nói đến là một nơi có thể cung cấp các phiên bản được mã hóa cho bộ sưu tập của họ. Điều này sẽ được thực hiện từ vị trí của bảo tàng trong metaverse, tại đây họ có thể bán hàng và trưng bày trong thế giới ảo.

Việc này thì có liên quan gì? Nhiều người không biết rằng khi chúng ta đến thăm các viện bảo tàng, chúng ta chỉ được xem trưng bày một phần bộ sưu tập thực tế thôi*, việc sử dụng NFT có thể mang lại một cách để kiếm tiền và tạo triển lãm số cho nhiều bộ sưu tập mà họ cất giữ hơn. Ý nghĩa pháp lý hoặc nghệ thuật đầy đủ của điều này có thể là gì thì tôi không chắc, nhưng tôi cảm thấy mình có thể viết rằng nhiều người đang khám phá các tiềm năng của việc này.

*Tôi từng làm việc vào mùa hè tại MoMA (Bảo tàng Nghệ thuật Hiện đại) ở Thành phố New York khi còn học đại học và tôi có thể xác nhận rằng những gì bạn nhìn thấy trong một chuyến thăm bảo tàng thông thường chỉ là một phần nhỏ trong số những thứ họ sở hữu.

TƯƠNG LAI NFT SẼ RA SAO?

Bước tiếp theo cho NFT là? Tôi không biết chính xác, nhưng ai biết được chứ? Cách đây nhiều năm, khi ai đó hỏi tôi nghĩ gì về tương lai của Bitcoin, tôi cũng có câu trả lời tương tự. Tôi trả lời thành thật thôi. Cái sự chưa biết về những điều chúng ta có thể mong đợi trong tương lai này thì đối với một số nhà đầu tư CHÍNH LÀ điểm thu hút họ đến với NFT. Điểm quan trọng này là điều mà nhiều người theo chủ nghĩa hoài nghi bỏ qua.

Tôi sẽ chia sẻ trong vài trang tiếp theo một số điều mà tôi tin rằng sẽ có thể xảy ra trong tương lai. Chúng phần nào dựa trên mô hình trưởng thành và tăng trưởng của thị trường được thấy trong crypto và các thị trường đầu tư thay thế khác.

Tăng khối lượng và cạnh tranh

Khối lượng giao dịch trên các nền tảng sẽ tiếp tục tăng. OpenSea - thị trường tích cực nhất dành cho NFT - sẽ chứng kiến nhiều sự cạnh tranh hơn, đặc biệt là sau tin tức từ Coinbase rằng họ sẽ vào cuộc với thị trường của riêng mình. Rất nhiều công ty, nghệ sĩ, quỹ đầu tư, vận động viên chuyên nghiệp, những kẻ lừa đảo (đáng buồn nhưng có thật) và những người khác cũng sẽ tham gia, thậm chí cả chính phủ Vương quốc Anh.

Thị trường tài sản NFT đang bùng nổ. Doanh thu đã tăng đáng kể từ khoảng 17 tỷ đô la vào năm 2021 lên gần 37 tỷ đô la vào thời điểm viết cuốn sách này. Điều quan trọng cần hiểu là những con số này hoặc các ước tính thị trường khác thường không bao gồm cái gọi là doanh số bán hàng ngoài chuỗi. Khái niệm này là doanh số bán NFT xảy ra tại các phòng trưng bày tư nhân, chưa kể đến doanh số từ các đợt bán hàng riêng khác không được ghi lại bởi một blockchain. Với những hình thức khuyến khích tài chính này, nhiều tổ chức sẽ tiếp tục tham gia vào thị trường. Một số tên tuổi lớn bên ngoài thế giới crypto đang theo dõi và đã công bố kế hoạch tham gia thị trường với các nền tảng phục vụ cho NFT. Facebook (hiện được gọi là Meta), đã thông báo rằng thế giới ảo của họ trong metaverse sẽ hỗ trợ NFT.

Một trong những nhà môi giới thị trường vốn đầu tiên tham gia thị trường là EToro. Nền tảng giao dịch của họ - nổi tiếng nhờ ngoại hối và các loại tài sản khác - gần đây đã tung ra một quỹ trị giá 20 triệu đô la để mua NFT. Họ đã âm thầm mua NFT từ một số bộ sưu tập nổi tiếng hơn, như Câu lạc bộ du thuyền Bored Ape (BAYC) và những bộ sưu tập khác. Họ cũng đã phát hành "e-Toro.art", một nền tảng NFT sẽ tài trợ cho các dự án mới dựa trên tiện ích và tiềm năng tổng thể. Theo tuyên bố công khai của họ, họ muốn người dùng nền tảng eToro của họ trở thành một phần của cuộc cách mạng mà họ thấy sẽ xảy ra với NFT và Web3.

Giống như những ngày đầu tiên của crypto, lúc đầu mọi người đều cười nhạo, sau đó khi kiếm được nhiều tiền hơn thì mọi người ít cười hơn. Tiếng cười cuối cùng trở thành những câu hỏi, chẳng hạn như "Tôi tìm hiểu sâu hơn thế nào đây?", và "Cách nào hay nhất để kiếm tiền từ cái này?"

Thị trường đa dạng hơn

Tôi hy vọng chúng ta sẽ thấy nhiều loại khách hàng hơn quan tâm đến NFT. Hầu hết mọi người không chi 300.000 đô la cho nghệ thuật số. Tuy nhiên, từ 0 đến 300.000 đô la vẫn có rất nhiều khả năng chi tiêu. Người không muốn chi 100.000 đô la có thể chi 500 đô la cho cuốn truyện tranh siêu anh hùng NFT họ thích, hoặc một số thanh thiếu niên có thể chi 25 đô la cho thứ gì đó mà họ cho là hay ho hoặc phổ biến vào lúc này.

Nghiên cứu của tôi cho thấy khoảng 10% nhà giao dịch chiếm phần lớn các giao dịch NFT. Điều này không tốt cho bất kỳ thị trường nào. Hy vọng rằng trong những năm tới, các số liệu thống kê sẽ cho thấy một nhóm nhà giao dịch rộng lớn hơn.

Thị trường cũng cần thoát khỏi sự thống trị quá mức của các bộ sưu tập nổi tiếng (CryptoPunks, v.v.). Chúng hiện chiếm gần 50% thị trường NFT. Bên cạnh sự thống trị thị trường của chúng, giá bán trung bình cho các bộ sưu tập vượt ngoài tầm với của nhà đầu tư thông thường.

Chuyện thật khó tin!

Để minh họa thị trường này có thể thay đổi nhanh như thế nào, một trong những giao dịch lớn nhất trong thế giới NFT đã được thực hiện chưa đầy một tuần sau khi tôi viết đoạn trước về nhu cầu đa dạng hóa thị trường. Yuga Labs, chủ sở hữu của bộ sưu tập Bored Ape Yacht Club, đã mua bản quyền bộ sưu tập CryptoPunks từ Larva Labs. Bộ sưu tập CryptoPunks là NFT có giá trị nhất trên thị trường.

Điểm tốt

Việc mua lại chuyển quyền IP (sở hữu trí tuệ) và bản quyền cho Yuga Labs. Mọi chuyện tiếp tục diễn biến tốt hơn nữa cho những người nắm giữ token vì Yuga Labs đã thông báo rằng họ sẽ trao toàn bộ quyền thương mại cho họ. Như bạn đã biết, tiêu chuẩn trong ngành là token không chuyển quyền sở hữu trí tuệ, v.v. Ý nghĩa thực tế của điều này là chủ sở hữu token giờ đây có thể kiếm tiền hợp pháp từ token của họ bằng cách khởi chạy các dự án riêng. Các dự án này có thể bao gồm từ quần áo đến các sự kiện theo chủ đề bộ sưu tập NFT.

Điểm không tốt lắm

Giờ đây, hai bộ sưu tập có giá trị nhất đã hợp nhất, dẫn đến tình trạng tập trung cao hơn trong thị trường NFT. Đối với một ngành cực kỳ non trẻ lại có quá nhiều hoạt động hợp nhất, điều đó có thể làm chậm quá trình đổi mới - nghĩa là sẽ có ít tính dân chủ hơn và có thể làm nản lòng những người trước đó muốn tham gia thị trường nhưng bây giờ có thể cảm thấy rằng họ đã đến quá muộn.

Nước đi tiếp theo nào cho các nhà đầu tư?

Chúng ta sẽ cần chờ xem thị trường này tiếp tục phát triển như thế nào. Bởi vì NFT chịu ảnh hưởng nặng nề bởi các nghệ sĩ, một nhóm người sáng tạo. Tôi mong đợi sẽ sớm có nhiều đổi mới hơn cả tôi có thể tưởng tượng ngay lúc này!

CÁC BƯỚC CẦN THIẾT ĐỂ BẠN ĐÚC NFT ĐẦU TIÊN CỦA MÌNH

Trước khi kết thúc, tôi sẽ chia sẻ cách tôi tạo ra các NFT của riêng mình và sẽ tả từng bước bạn cần làm theo để bắt đầu.

Việc tôi khởi động NFT của riêng mình tương đối dễ dàng. Quá trình thiết lập tài khoản và kết nối ví crypto mất khoảng 5 đến 7 phút. Rồi việc tải tệp lên và điền mô tả bộ sưu tập NFT mất thêm 20 phút. Sau đó thì tôi xong xuôi cả rồi.

Tôi đã sử dụng một số bìa sách của mình để tạo token tiện ích. NFT không chỉ là token cho các trang bìa của tôi; chúng bao gồm các dịch vụ - từ các khóa học cho đến các buổi tư vấn.

Các bước cần thiết để bạn đúc NFT đầu tiên của mình

- Liên kết đến ví crypto
- Tên dự án
- Một liên kết đến trang chủ
- Mô tả ngắn gọn về bộ sưu tập
- Nguồn cung NFT mà bạn sẽ tạo
- Chọn blockchain mà bạn muốn đúc
- Chọn loại token (nghệ thuật, tiện ích, sưu tầm, v.v.)
- Đặt giá và quyết định số tiền bản quyền bạn muốn nhận mỗi khi có ai bán lại NFT của mình

KẾT LUẬN

Cám ơn bạn đã đọc đến phần cuối của cuốn sách *Hướng dẫn Toàn tập về Đầu tư NFT*. Đây là một cuốn sách rất đặc biệt trong lòng tôi vì nó là một cuốn sách mà cứ vài tuần thì tôi lại phải viết lại các phần vì các sự kiện liên tục thay đổi. Thế giới NFT đang ở buổi bình minh và hoàn toàn có thể đón nhận những đổi mới. Tôi đã viết những cuốn sách khác về blockchain và crypto, và thật thú vị khi thấy sự pha trộn giữa các thế giới khác nhau vào cùng metaverse.

Lời khuyên cuối cùng của tôi đơn giản là hãy cởi mở đón nhận các cơ hội. Ngay cả khi bản thân bạn không thích NFT, thì không có lý do gì lại tự đặt ra rào cản với một thứ gì đó vừa thú vị mà vừa có thể trở thành một khoản đầu tư đáng giá cả.

Những cuốn sách khác về NFT mà tôi viết

Những cuốn sách khác về crypto - blockchain tôi viết mà tôi thấy đã giúp được các chuyên gia lẫn nhà đầu tư gồm:

Cấp độ Tiếp theo trong Đầu tư Crypto

Blockchain: Ứng dụng Thực tế và Hiểu rõ Khái niệm

BẢNG TÓM TẮT BLOCKCHAIN & HỢP ĐỒNG THÔNG MINH

Blockchain

Blockchain là một loại Công nghệ Sổ cái Phân tán (DLT). Sổ cái phân tán được sao chép, chia sẻ và đồng bộ hóa dữ liệu trải rộng về mặt địa lý trên các trang web, tổ chức hoặc quốc gia. DLT là công nghệ cơ bản cho Bitcoin và các loại crypto khác.

Công cụ phù hợp cho mọi nhu cầu

Tiền crypto chẳng có chút quan trọng gì đối với một chuyên gia blockchain vì blockchain còn làm được nhiều hơn thế! Trên thực tế, một số blockchainer (cái tên tôi gọi họ) đôi khi cảm thấy khó chịu khi bạn đề cập đến chủ đề crypto tại các sự kiện của họ.

Đối với những người đam mê crypto, blockchain là cột sống kỹ thuật của các loại tiền số. Các nhà phát triển sử dụng crypto để lưu trữ dữ liệu trên mạng phân tán và đối với những người theo chủ nghĩa tương lai thì crypto là một công cụ để tạo ra một xã hội phi tập trung.

Các khối xây dựng nên chuỗi khối (blockchain)

Mỗi khối trong sổ cái được kết nối với khối trước đó bằng thuật toán mã hóa được gọi là hash. Các khối được liên kết tạo thành một chuỗi, do đó cho chúng ta thuật ngữ "blockchain" (chuỗi khối).

Blockchain là một dạng cơ sở dữ liệu được phân phối và hoạt động trên cơ sở đồng thuận. Các máy tính trên mạng (được gọi là các node) xác thực các giao dịch và thêm chúng vào blockchain. Không có nguồn tập trung để xác minh các thay đổi, thuật toán đồng thuận phân tán được sử dụng để tạo thỏa thuận giữa các node sao cho cùng một mục nhập được thực hiện cho mỗi sổ cái.

Phi tập trung: Mỗi bên trên blockchain có quyền truy cập vào toàn bộ cơ sở dữ liệu và toàn bộ lịch sử trong đó. Mỗi bên có thể xác thực hồ sơ của các đối tác của mình mà không cần trung gian.

Tính bất biến: Mỗi khối có dấu thời gian và liên kết với khối trước đó. Các khối có khả năng chống sửa đổi. Sau khi được ghi lại, dữ liệu trong bất kỳ khối nào cũng không thể bị thay đổi hoàn trả lại mà không có sự thay đổi của tất cả các khối tiếp theo. Các thuật toán được triển khai để đảm bảo việc ghi trong cơ sở dữ liệu là vĩnh viễn.

Truyền tải Peer-2-Peer (P2P): Giao tiếp xảy ra trực tiếp giữa các bên ngang hàng mà không có node trung tâm.

Có thể lập trình: Các giao dịch có thể được lập trình. Người dùng có thể thiết lập các thuật toán và quy tắc tự động kích hoạt giao dịch giữa các nút.

Hợp đồng thông minh

Hợp đồng thông minh là một hợp đồng và chương trình máy tính có thể thực thi bằng kỹ thuật số được lưu trữ bên trong một blockchain. Nhiều người gọi đây là thế hệ tiếp theo trong quá trình tiến hóa của blockchain. Nó biến blockchain từ một hệ thống sổ cái phân tán thành một phương thức mới để lưu trữ, chuyển giao và liên lạc giữa các phần của mạng.

Các điều khoản của thỏa thuận hoặc hoạt động được viết thành các dòng mã được thực thi khi được kích hoạt bởi các sự kiện nhất định. Các hợp đồng có thể được sử dụng để tự động hóa các hoạt động cơ bản trên mạng, do đó loại bỏ nhu cầu về bên thứ ba đáng tin cậy.

Bằng chứng Cổ phần (PoS)

Proof-of-Stake (PoS): là một phương pháp đồng thuận trong đó không có người khai thác. Thay vào đó, các nút chỉ được chọn để xử lý các giao dịch mà không cần tính toán và giải các phương trình phức tạp. Các node khác trong hệ thống Proof-of-Stake sẽ xác minh khối. Để ngăn gian lận, các node trong hệ thống Proof-of-Stake phải khóa một lượng tiền tệ cụ thể trong một két an toàn ảo. Loại tiền này bị tịch thu dưới dạng tiền phạt nếu phát hiện bất kỳ sự bất thường nào. Quá trình này được gọi là staking (khóa) và có thể được coi là hoạt động theo cách tương tự như khai thác trong các hệ thống Proof-of-Work (PoW/Bằng chứng Công việc) nhưng không tiêu tốn nhiều năng lượng.

Một node càng khóa nhiều tiền thì node đó càng có cơ hội sẽ được chọn để tạo khối tiếp theo.

Ví dụ về crypto PoS: Tezos, Ethereum

Từ cuốn sách của tôi: **Blockchain: Ứng dụng Thực tế và Hiểu rõ Khái niệm** (2018)

THUẬT NGỮ NFT, METAVERSE & TRÒ CHƠI CẦN BIẾT

Hướng dẫn ngắn gọn về những từ ngữ cần thiết để giúp bạn hiểu rõ hơn về hệ sinh thái NFT luôn thay đổi này.

Binance Smart Chain - Blockchain để mua và bán NFT.

Discord - Một nền tảng nhắn tin nhanh thì rất phổ biến với những người đam mê NFT.

ERC-721 - Tiêu chuẩn cho phép tạo token không thể thay thế.

Ethereum - Một blockchain có chức năng hợp đồng thông minh.

Flow - Một blockchain do Dapper Labs khởi động, được tùy chỉnh cho các trò chơi và vật sưu tầm.

Quyền sở hữu theo phần – Cho phép quyền sở hữu một phần của NFT. Người mua có thể mua số lượng họ muốn hoặc số lượng ví tiền của họ sẽ cho phép. Người bán có thể bán các phần của một tác phẩm.

Tính có thể thay thế - Là một hàng hóa mà các đơn vị riêng lẻ có thể hoán đổi cho nhau. Ví dụ, một kg vàng nguyên chất tương đương với bất kỳ kg vàng nguyên chất nào khác. Các ví dụ có thể thay thế khác bao gồm dầu thô, cổ phiếu, trái phiếu, tiền tệ. Một viên kim cương hay một bức tranh không có tính này vì mỗi cái là duy nhất.

Hashmasks – Là những tác phẩm số được tạo bởi một nhóm gồm 70 nghệ sĩ trên toàn cầu. Hashmasks đặc biệt do người tiêu dùng có một mức độ kiểm soát nhất định đối với tác phẩm. Theo Hashmasks, chủ sở hữu token có khả năng đóng góp vào việc hoàn thành mặt nạ bằng cách đặt tên cho nó theo lựa chọn của họ thông qua Token Thay đổi Tên (NCT).

Hệ thống Tệp Liên Hành tinh - Một cách lưu trữ dữ liệu NFT.

Metadata (Siêu dữ liệu) - Đây là dữ liệu xác định quyền sở hữu và phân biệt các NFT với nhau. Metadata có thể thuộc chuỗi hoặc nằm ngoài chuỗi.

MetaMask - Một ví crypto đóng vai trò là cổng vào hệ sinh thái NFT. Ví được sử dụng để truy cập các ứng dụng NFT như OpenSea, Rarible và một số ứng dụng khác.

NBA Top Shot - Một thị trường để mọi người có thể trao đổi các clip nổi bật về các trận bóng rổ yêu thích của họ tương tự như cách bạn trao đổi thẻ bóng chày hoặc bóng đá. NBA Top Shot là kết quả hợp tác giữa Hiệp hội Bóng rổ Quốc gia (NBA) và Dapper Labs.

Nifty Gateway - Là một thị trường NFT phổ biến để mua và bán tác phẩm nghệ thuật số. Họ gọi chúng là "Nifties", đó là cách họ gọi NFT.

Metadata trên chuỗi - Metadata được đặt trong hợp đồng thông minh.

Metadata ngoài chuỗi - Metadata được lưu trữ ngoài blockchain.

NFT tập trung vào tiện ích - Bước tiếp theo cho NFT, tạo ra các ví dụ về việc sử dụng thực tế. Cho đến nay, một số NFT đã được mã hóa tiện ích cho các sự kiện hoặc dự án đặc biệt chỉ dành cho người được mời. Chúng ta đang chứng kiến sự khởi đầu trong quá trình đổi mới với các loại NFT này.

HỒ SƠ TÁC GIẢ

Wayne Walker là giám đốc của một công ty giáo dục thị trường crypto và vốn toàn cầu (gcmsonline.info). Anh có nhiều năm kinh nghiệm trong việc lãnh đạo và đào tạo các đội ngũ Cố vấn Đầu tư và đã quản lý các đội ngũ hoạt động hiệu quả nhất trong Nhóm Khách hàng Cá nhân theo Bench Mark Earnings (BME).

NGUỒN TƯ LIỆU

Các buổi phỏng vấn các nhà đầu tư NFT, các buổi TEDx Talk về avatar, *Cấp độ Tiếp theo trong Đầu tư Crypto, Blockchain: Ứng dụng Thực tế và Hiểu rõ Khái niệm (Wayne Walker)*, Linas Beliūnas từ Linas's Newsletter, Yahoo Finance, nftfi.com, nonfungible.com, Kulturmonitor.dk, macabris.com, Twitter "NFTtheft", esports.net, Creatokia, IntoTheBlock, HBR.org